Frog and the Wide World / English–Gujarati

Milet Publishing Limited
PO Box 9916
London W14 OGS
England
Email: info@milet.com
Website: www.milet.com

First English–Gujarati dual language edition published by
Milet Publishing Limited in 2000
First English edition published in 1998 by Andersen Press Ltd

ISBN 1 84059 193 5

Copyright © 1998 by Max Velthuijs
English translation by Janice Thomson. Translation © 1998 for Andersen Press

The rights of Max Velthuijs to be identified as the author and illustrator of this work have been
asserted by him in accordance with the Copyright, Design and Patents Act, 1988.

Typeset by Typesetters Ltd
Printed and bound in Italy

દેડકો અને દૂર-દૂરની વિશાળ દુનિયા
Frog and the Wide World

Max Velthuijs

Gujarati translation by Pratima Dave

MILET

ઉંદર એક ટેકરી પર ઊભો રહીને ક્ષિતિજ તરફ જોઈ રહ્યો હતો.
"દુનિયા ખૂબ જ સુંદર છે," તેણે નિસાસો નાખ્યો. અને તુરતજ તે બેચેની અનુભવવા લાગ્યો.
"આ સમય મારે માટે પ્રવાસે જવાનો છે."

Rat stood on the top of a hill and looked out towards the horizon.
"The world is quite beautiful," he sighed. And at once he felt restless.
"It is time for me to go on my travels."

બીજે જ દિવસે વહેલી સવારે, પોતાને સફરમાં જરૂર પડે તેવી ખાવાની ચીજ વસ્તુઓ અને બીજી જરૂરી વસ્તુઓ તેણે પોતાનાં થેલામાં ભરી. ત્યારબાદ, સાહસ ભર્યો પ્રવાસ ખેડવા માટે આતુરતાથી તેણે રસ્તે ચાલવાની શરૂઆત કરી.

Early the next morning, he filled his rucksack with things he might need, and provisions to last him the journey. Then he started on this way, eager for adventure.

તે થોડોક પણ દૂર નહોતો ગયો કે તેણે એક બૂમ સાંભળી. "અરે, મારા માટે ઊભા રહો!" તેણે ફરીને જોયું કે દેડકો તેનાં તરફ ઉતાવળથી આવી રહ્યો હતો.

"ઉંદરભાઈ!" દેડકો બોલ્યો, "તમે ક્યાં જાઓ છો?"

"દૂર દૂર સુધી પથરાયેલ વિશાળ દુનિયામાં," ઉંદર બોલ્યો. "સાહસની શોધમાં."

He hadn't gone far when he heard a shout. "Wait for me!" He looked round, and saw Frog hurrying towards him.

"Rat!" said Frog. "Where are you going?"

"Out into the wide world," said Rat. "To seek adventure."

"શું હું તમારી સાથે આવી શકું?" દેડકાએ અત્યંત રોમાંચ સાથે પૂછ્યું.

"જરાય નહીં!" ઉંદર તાડૂક્યો. "આવી લાંબી સફર માટે તું ખૂબ જ નાનો છે."

"ઓહ, ઉંદરભાઈ, હું વિનંતી કરું છું. ભલે નાનો રહ્યો, પણ આમ મજબૂત છું, હું ચીજ-વસ્તુઓ પણ ઉંચકીશ. અને એક કરતાં બે ભલાં."

"May I come with you?" asked Frog in great excitement.

"Absolutely not!" exclaimed Rat. "You are far too small for such a long journey."

"Oh, please, Rat. I'm small but I'm strong. I'll carry things. And two is more fun than one."

"ઠીક છે, તો પછી ચાલ," ઉંદરે કહ્યું, "પણ પાછળ નહીં રહી જતો!"
આમ એ બન્ને મિત્રો દૂર-દૂરની વિશાળ દુનિયામાં બહાર ફરવા માટે નીકળી પડ્યાં. દેડકાએ થેલો ઉપાડ્યો અને ઉંદર આગળ-આગળ ચાલવા લાગ્યો. "વાહ ખરેખર સુંદર છે," થોડીકવારની સફર પછી દેડકો બોલ્યો. "ઘરના વાતાવરણથી સાવ જૂદું જ લાગે છે." તે આટલે દૂર પહેલાં ક્યારેય નીકળ્યો નહોતો.

"Come on, then," said Rat. "But don't fall behind!"
So together the two friends went out into the wide world. Frog carried the rucksack and Rat led the way. "This is pretty," said Frog after a while. "It's different from home." He had never been so far afield before.

તેઓ થોડુંક વધારે આગળ ચાલ્યા પછી, દેડકો તો બેસી ગયો. "મને ભૂખ લાગી છે," તેણે કહ્યું, "આપણે ખાવાનું ક્યારે ખાઈશું?"
"શું?" ઉંદરે ચીસ પાડી. "હજુ તો આપણે આપણી સફર શરૂ જ કરી છે!"

After they had walked a little further, Frog sat down. "I'm hungry," he said. "When can we have lunch?"
"What?" exclaimed Rat. "We've only just started our journey!"

તેમ છતાં પણ, તેણે થેલામાંથી મગફળીના માખણવાળી બે સેન્ડવીચ કાઢી. તે પોતે પણ સેન્ડવીચનું બટકું ભરવા માટે તૈયાર હતો. "આ માત્ર નાસ્તો છે હો, ધ્યાન રાખજે," તેણે કડકાઈથી કહ્યું. "હજુ આપણે ઘણું દૂર જવાનું બાકી છે."

All the same, he took two peanut-butter sandwiches from the rucksack. He was ready for a bite to eat himself. "It's only a snack, mind," he said sternly. "We still have a long way to go."

જ્યારે તેઓએ નાસ્તો પૂરો કરી લીધો, ત્યારે તેઓએ ફરીથી પોતાની સફર શરૂ કરી. "શું આપણે ત્યાં પહોંચવાની તૈયારીમાં છીએ?" દેડકાએ પુછ્યું.

"ક્યાં?" ઉંદરે પ્રશ્ન પુછ્યો. "દૂર-દૂરની વિશાળ દુનિયામાં," દેડકાએ કહ્યું.

"આપણે ત્યાં કેવી રીતે હોઇ શકીએ?" ઉંદર અધીરો થઇ બોલ્યો. "હજુ તો આપણે ઘર છોડ્યું જ છે."

When they had finished, they set out once more. "Are we nearly there?" asked Frog.
"Where?" replied Rat. "The wide world," said Frog.
"How can we be?" said Rat impatiently. "We've hardly left home."

જ્યારે તેઓ ચાલતા-ચાલતા અટક્યા, ત્યારે સૂરજ લગભગ આથમી ગયો હતો. દેડકો જમીન પર ઢગલો થઇ ગયો.
"હું થાકી ગયો. હવે મારાથી વધુ નહીં ચલાય," તે રડવા માંડ્યો. "આપણે ઘરે ક્યારે જઇશું?"
"ઘરે?" ઉંદરની આંખો પહોળી થઇ ગઇ. "ઘરે તો બિલકુલ નહીં! હવે આપણે અહીંજ રાત કાઢવી પડશે."

When they stopped walking, the sun had almost set. Frog collapsed on the ground.
"I'm tired. I can't walk any further," he moaned. "When are we going home?"
"Home?" Rat was astonished. "None of that! This is where we're going to spend the night."

ઉંદરે એક આરામદાયક જગ્યા પસંદ કરી અને ત્યાં બન્નેએ આરામ માટે લંબાવ્યું. “ઉંદરભાઈ,” દેડકો થોડીકવાર પછી બોલ્યો, “મને ઊંઘ નથી આવતી.” “તારી આંખો બંધ કર અને તને ગમતી હોય તેવી વસ્તુઓ વિશે વિચારવા માંડ,” ઉંદર બોલ્યો. દેડકાએ કોશિષ કરી પણ તે કામ ન લાગી. તેને કેટલાક વિચિત્ર અવાજો સંભળાવા લાગ્યા. તે અવાજો કદાચ સિંહની ગર્જના . . . અથવા વાઘની ઘુરેરાટી હોય તેવું લાગતું હતું.

Rat chose a comfy spot and they both lay down to rest. “Rat,” said Frog after a little while, “I can’t sleep.” “Close your eyes and think of your favourite things,” said Rat. Frog tried but it didn’t work. He could hear strange noises. It was probably lions . . . or tigers.

જ્યારે સવાર પડી, દેડકાને ઉઠવાનું મન ન થયું. પણ ઉંદર દઢ હતો, અને તેઓએ ફરીથી ટેકરીની ઉપરથી અને નીચે ખીણમાં થઈને દૂર-દૂર પથરાયેલ વિશાળ દુનિયા તરફ ખેડવાની સફર શરૂ કરી. "શું આપણે ત્યાં પહોંચવાની તૈયારીમાં છીએ?" દેડકો હાંફવા લાગ્યો. "સાવ નજીક તો ન જ કહેવાય," ઉંદર બોલ્યો. "આ વિશાળ દુનિયામાં જો તું કંઈક પણ જોવા માંગતો હોય તો તારે આગળ વધવાનું ચાલુ રાખવું પડશે."

When morning came, Frog didn't want to get up. But Rat was firm, and off they set, up hill and down dale, into the wide world. "Are we nearly there now?" panted Frog. "Not nearly," said Rat. "If you want to see anything of the wide world you have to persevere."

અચાનક જ આકાશ કાળું થવા લાગ્યું સૂરજ વાદળાઓ પાછળ છૂપાઈ ગયો અને વરસાદ વરસવો શરૂ થઈ ગયો, શરૂઆતમાં તો વરસાદની ઝાપટ ધીમી હતી પણ ત્યાર બાદ વધવા લાગી. બન્ને મિત્રો આશ્રય શોધવા લાગ્યા.

Suddenly, the sky grew dark. The sun disappeared behind the clouds and it began to rain, softly at first but then harder and harder. The two friends rushed for shelter.

તેઓ ભીનાં થતાં બચી ગયા પણ દેડકાને ઠંડી લાગતી હતી.
"મને વિચાર આવે છે કે ઘરે બધું કેમ હશે," તેણે ચિંતાથી પૂછ્યું. "મને વિચાર થાય છે કે સૂવર કેમ હશે? અને બતક અને સસલું?"
"વરસાદ બંધ થઈ ગયો છે," ઉંદરે કહ્યું. "ચાલો, હવે આગળ!"

They were dry but Frog was cold.
"I wonder how things are at home," he said wistfully. "I wonder how Pig is? And Duck and Hare?"
"The rain has stopped," said Rat. "Come on!"

તેઓએ ચાલ્યે જ રાખ્યું અને આખરે તેઓ જંગલી, ઉજ્જડ પહાડો પર આવ્યાં. પહાડ ઉપરનાં ખડકો અને પથ્થરો પર તેઓ મુશ્કેલીથી ચઢ્યા.
“આ જો, આ તરફ જો! શું આ બધું અદ્દભૂત નથી લાગતું?” ઉંદરે પુછ્યું. પણ દેડકો તો પડી ગયો હતો, માથું નીચે અને પગ ઉપર, અને તેને તો કાંઈ જ નહોતું દેખાતું.

They walked and walked until they came to some wild, deserted mountains. Up they clambered, over rocks and stones.
“Look at this! Isn’t this fantastic?” called Rat. But Frog had fallen, head over heels, and couldn’t see anything.

"મને લાગે છે કે મારો પગ ભાંગી ગયો છે," દેડકો લંગડાતો લંગડાતો રડવા માંડ્યો.
"મને બહુ દુઃખે છે, હું ચાલી પણ માંડ માંડ શકું છું."
"તારે કારણે તો આપણે લોકો ક્યાંય પહોંચી નહીં શકીએ," ઉંદર બબડ્યો. "હવેથી, હું તને ઉંચકીને ચાલીશ."

"I think my foot is broken," wept Frog as he stumbled on.
"It hurts so much, I can hardly walk."
"This will get us nowhere," grumbled Rat. "From now on, I'll carry you."

તેણે દેડકાને પોતાની પીઠ પર ઉંચક્યો અને આગળ ચાલવાનું શરૂ કર્યું.
“કદાચ સૂવર કેક બનાવતો હશે હોં,” દેડકો બોલ્યો. “અને મને વિચાર આવે છે કે બતક અને સસલું શું કરતા હશે?
આપણે ઘરે સૌ સાથે મળીને એવીજ મજા કરતા હોઈએ છીએ.”

He lifted Frog onto his back and marched on.
“Perhaps Pig is baking a cake,” said Frog. “And I wonder what Duck and Hare are doing? We always have such fun together, at home.”

"ઘરે તો આખી જીંદગી તારે બેસવાનું જ છે ને," ઉંદર બોલ્યો. "હવે પછીથી આપણે વિદેશની જમીન ઉપર સફર ખેડી રહ્યાં છીએ. તારી આજુ બાજુ જો! જો કેટલું સુંદર છે આ બધું? અને દરેક જગ્યા આપણે માટે અણજાણ અને નવી છે."

"You have the rest of your life to sit around at home," said Rat. "Right now, we're on our way to foreign lands. Look around you! See how beautiful it is? And everywhere is the unknown."

જ્યારે તેઓ ઘાસથી લીલાંછમ એક મેદાનમાં આવ્યાં ત્યારે ઉંદરે દેડકાને નીચે પટક્યો.
"હું થાકી ગયો છું," તે બોલ્યો. "હવે આપણે અહીં સૂઈ જઈશું."

When at last they reached a grassy plain, Rat put Frog down.
"I'm exhausted," he said. "We shall sleep here."

"અહીં?" દેડકો હેબતાઈને બોલ્યો. "ઘરે તો મારે માટે સૌથી સારી અને નાની એવી સુંવાળી મજાની પથારી છે . . ."
પણ, દેડકો પણ થાકી ગયો હતો, અને પડતાંવેંત તુરત ઘસઘસાટ સૂઈ ગયો.

"Here?" asked Frog, dismayed. "At home I have the best little bed in all the world . . ."
But Frog was tired, too, and he soon fell fast asleep.

પણ જ્યારે તેઓ બીજી સવારે ઉઠ્યા, દેડકો સાવ દયાજનક સ્થિતિમાં બેઠો હતો.

But when they awoke the following morning, Frog just sat there in a miserable heap.

"ઉંદરભાઈ, મારી તબીયત સારી નથી લાગતી. હું ખૂબ બીમાર હોઉં એવું લાગે છે. મારે દૂર-દૂરની વિશાળ દુનિયા જોવા નથી જવું. મને ઘર ખરેખર ખૂબ જ યાદ આવે છે!"
"આખી દુનિયાની સફર કરવા માટે તું ખૂબજ ટચૂકડો છો," ઉંદર બોલ્યો. "તું બીમાર નથી પણ તને ઘરની સતત યાદ આવે છે."

"Rat, I'm not well. I feel so ill. I don't want to go to the wide world. I miss home so much!"
"You're just too small for a trip around the world," said Rat. "You're not ill, you're homesick."

"ઘરની યાદ?" દેડકાએ ચોંકીને ઠેકડો માર્યો. "એ શું બહુ ખરાબ કહેવાય?"
"ના, બહુ ખરાબ તો ન કહેવાય," ઉંદરે કહ્યું. "એક વાર તું ઘરે પહોંચી જઈશ એટલે તને એકદમ સારું થઈ જશે."
"ઘર . . . પ્યારું ઘર!" દેડકો સપનું જોતો હોય તેમ ગણગણ્યો.
"બરાબર છે," ઉંદરે કહ્યું. "આપણે ઘરે પાછા જઈ રહ્યાં છીએ, બસ."

"Homesick?" Frog jumped up in alarm. "Is that very bad?"
"Not very," said Rat. "You'll be better once you're home."
"Home . . ." murmured Frog dreamily.
"That's it," said Rat. "We're going back."

દેડકાને હવે વધુ સમય ઉંચકવાની જરૂર ન પડી. તે ઠેકડા મારી મારીને આગળ જવા લાગ્યો, સૂવર, બતક અને સસલાની પાસે પાછો જવા. ઉંદર હસવા લાગ્યો.

"આપણે ઘરે પાછા જઈએ તેમાં તને કંઈ વાંધો તો નથી ને?" દેડકાએ પૂછ્યું.

"ના રે ના," ઉંદરે કહ્યું. "ઘર તો મને પણ થોડું થોડું યાદ આવતું હતું. એમાં કંઈ ખોટું નથી."

Frog didn't need to be carried any longer. He bounded on ahead, back to Pig and Duck and Hare. Rat had to laugh.

"Do you mind going back?" asked Frog.

"No, no," said Rat. "I was also missing home a bit. That's how it should be."

અંતે થોડાક કલાકો ચાલ્યા પછી, દેડકાએ બૂમ પાડી. "જુઓ! આપણે હવે ત્યાં પહોંચવાની તૈયારીમાં જ છીએ!" અને થોડાક જ અંતરે તેઓએ જોયું કે સૂવર, બતક અને સસલું તે લોકોની રાહ જોઈ રહ્યા હતા. દેડકાને તો પાંખો આવી હોય તેવી રીતે તેના મિત્રો તરફ તે ઉડીને દોડ્યો.

At last, after hours of walking, Frog gave a shout. "Look! We're nearly there!"
And, sure enough, in the distance they saw Pig and Duck and Hare waiting for them.
Frog flew towards his friends as if he had wings.

"ઘરે તમારું સ્વાગત છે!" સસલું બોલ્યું, "તમારી સફર કેમ રહી?"
"એકદમ અદભૂત!" દેડકો ગીત ગાવા લાગ્યો. "દૂર-દૂર પથરાયેલ વિશાળ દુનિયા તો ખૂબજ સુંદર છે."

"Welcome home!" called Hare. "How was your trip?"
"Fantastic!" sang Frog. "The wide world is so beautiful."

"અને અમે તો કેટલાંયે સાહસ ખેડયાં. ત્યાં તો સિંહ પણ હતા અને વાઘ પણ હતા અને . . . "
"જલ્દી અંદર આવી જા," સૂવર બોલ્યું, "અને અમને બધી વાર્તા માંડીને કહે. મેં હમણાંજ એક કેક બનાવી છે અને તમને ભૂખ પણ ખૂબજ લાગી હશે."
દેડકો તો આજ સાંભળવા માંગતો હતો.

"And we've had *such* adventures. There were lions and tigers and . . . "
"Come inside at once," said Pig, "and tell us all about it. I have just baked a cake and you must be hungry."
That was just what Frog wanted to hear.

ટેબલની ફરતે સૂવરે બનાવેલી સ્વાદિષ્ટ કેક ખાતાં ખાતાં દેડકાંએ વાર્તા કહેવા માંડી કે કેવું ભયંકર તોફાન આવ્યું હતું અને તેઓએ તેનો કેવી બહાદુરીથી સામનો કર્યો હતો; પર્વતો પર તેઓ કેવી રીતે ચઢ્યા હતાં અને તેઓએ કેવા કેવા અદ્ભૂત દૃશ્યો જોયાં હતાં. "પણ ઘર જેવી તો એકેય જગ્યા નથી હો," દેડકો બોલ્યો, અને મનોમન પોતાની સુંદર, હૂંફાળી અને નાની પથારી વિશે તે આનંદથી વિચારવા લાગ્યો.

They sat around the table eating Pig's delicious cake, while Frog described the terrible storm and how brave they had been; the mountains they had climbed and the sights they had seen. "But there's still no place like home," said Frog, and he thought happily to himself of his own, nice, warm, little bed.

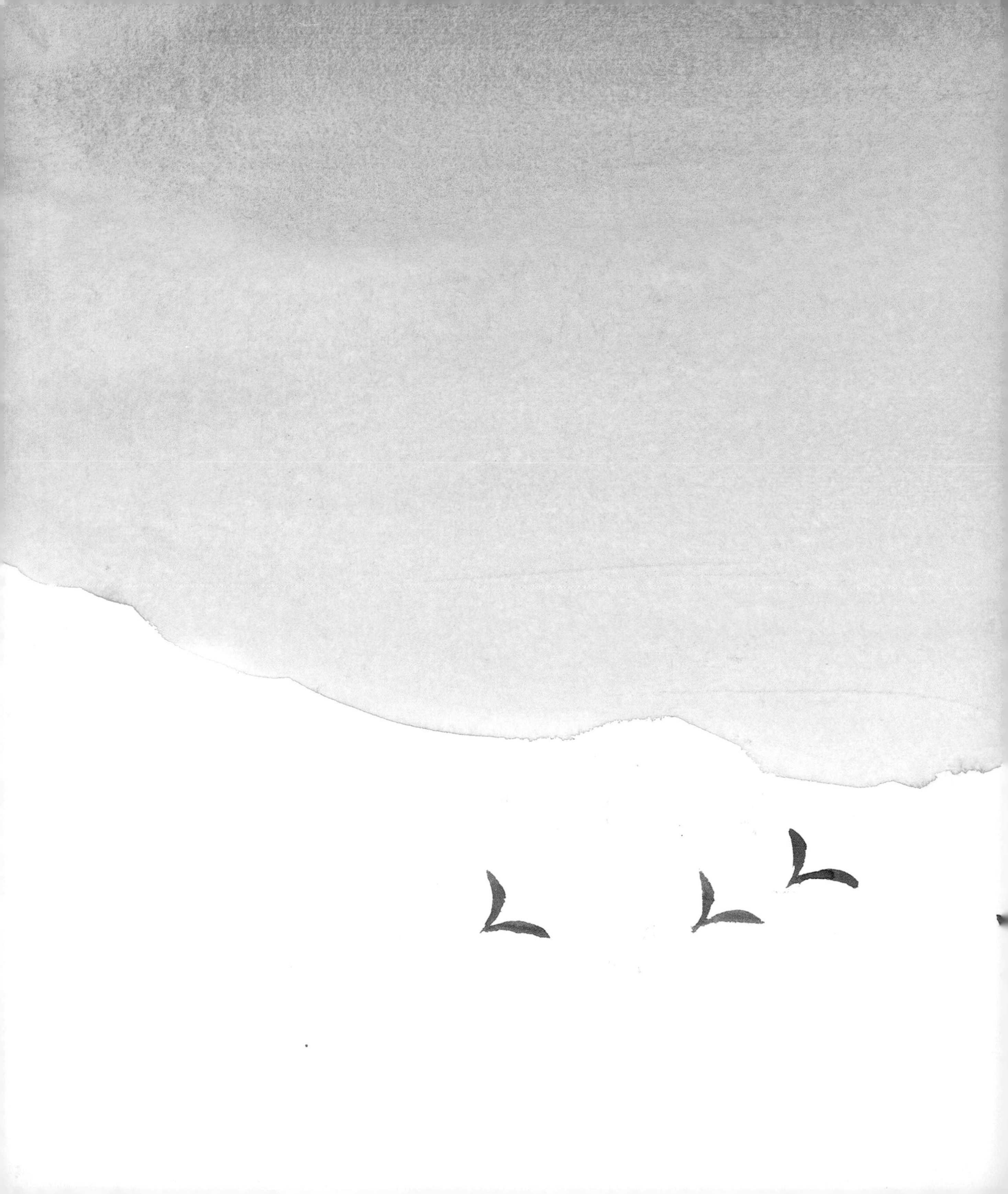